காடுகளின் நன்மை

வி.எஸ்.ரோமா

ISBN 978-1-63886-323-6

பொருளடக்கம்

1

காடுகள் நாட்டின் அரண்' என்பர் சான்றோர். அக்காடுகளைப் பாது-
காக்க மாநில அரசும். மத்திய அரசும் அரும்பாடுபட்டு வருகின்றன.
காடுகளினால் கிடைக்கும் நற்பலன்கள் ஒன்றல்ல இரண்டல்ல. காடுக-
ளினால் நமக்கு உண்டாகும் பலன்களை நாம் அறிந்து கொள்ள வேண்-
டும்.

பசுமைப் பொன்

காடுகளைப் பசுமைப்பொன் என்று அழைத்தால் அதில் தவறில்லை.
காடுகளின் பயனை அறிந்தே நம் மத்திய அரசு 'வனத்துறை பாதுகாப்பு'
என்ற ஒரு அமைச்சகத்தையே நியமித்துள்ளது.

விறகுகளுக்காகவும் ஏனைய மரச்சாமான்ககளை உருவாக்கவும் நாம்
வெட்டி அழித்த காடுகள் ஒன்றல்ல இரண்டல்ல. காடுகள் அழிந்து
போகுமாயின் அது நாட்டைப் பாதிக்கும் என்பதை நாம் புரிந்து கொள்ள
வேண்டும்.

அரசாங்கத்திற்கு மட்டுமல்ல, காடுகளைப் பாதுகாக்கும் பொறுப்பு நம்
யாவருக்கும் உண்டு.

பயன்கள்

காடுகளேமழைக்குமுக்கியகாரணமாகவிளக்குகிறதுஎன்-
பதைநாம்புரிந்துகொள்ளவேண்டும்.   அடந்தமரங்கள்கொண்டகாடு-
களேகார்மேகங்களைகுளிர்வித்துமழையைப்பொழிவிக்கின்றன.

மழையில்லையேல்நாட்டில்வளமேது?   காலத்தேமழைபெய்யாவி-
டில்நாட்டில்வறட்சி, பஞ்சம், பற்றாக்குறை, குடிநீர்தட்டுப்பாடு, தானியங்-
கள்விளையாமைஎனபலதீமைகள்விளையும்.

காடுகளிலுள்ள மரங்களின் வேர்கள் மண்ணில் ஊடுருவி இருப்ப-
தாலேயே மண்ணின் கெட்டித்தன்மை மாறாதிருக்கிறது. மரங்கள் இல்-

லையென்றால் மண் இளகி ஆங்காங்கே நிலச்சரிவு புதைமணல் என்ற நிலையாகிவிடும்

இது தவிர காடுகள் மூலிகைகளின் பொக்கிஷங்கள் ஆகும். சித்த மருத்துவத்தில் பயன்படும் அனைத்து மூலிகைகளையும் தருவது காடு-களே என்பதை நாம் மறந்து விடக்கூடாது.

தேன், ஏலம், மிளகு, காய், கனிகள் போன்ற உணவுப் பயிர்களைத் தருவது காடுகளே. மரச்சாமான்கள் செய்யப்பயன்படும் தேக்கு, கருங்-காலி, போன்ற மரங்களை விளைவிப்பதும் காடுகள்.

பறவைகளின் சரணாலயங்களாகவும் விலங்குகளின் சரணாலயங்க-ளாகவும் விளங்குவது காடுகளே.

யாரும் பராமரிக்காமல் இயற்கையின் வரப்பிரசாதமாக விளங்கும் காடுகள் மனிதர்க்கு இத்தனைப் பயன்களை அள்ளி வழங்குவதை நாம் எண்ணிப் பார்க்க வேண்டும்.

ஒரு மரத்தை வெட்டினால் இரு மரங்களை நடு என்று இன்று எல்-லாவிடங்களிலும் பிரச்சாரம் செய்யப்படுகிறது. இதை நாமும் செயல்ப-டுத்த வேண்டும். மேலும் புதியதாக வளர்ந்து நமது வருங்கால சந்ததியி-னரை நலமுடன் வாழவைப்போம்.

நல்ல காற்றையும், மழையையும் உணவையும் தந்து மனிதர்களை வாழவைக்கும் காடுகளைப் பாதுகாத்து பதில் நன்றியைச் செலுத்துவோம்

இன்று வலுவான நிலையில் உள்ள மனித இனம், நம்மில் பெரும்பா-லானோர் அறியாமலேயே பெரும் அழிவை நோக்கி சென்று கொண்டுள்-ளது. மக்களுக்கு உண்மை புரியாததால், 'காடுகளை அழித்து தொழிற்-சாலைகளை நிறுவினால் நாம் மேலும் மேம்படலாம்' என நினைக்கின்-றனர். காடுகளினால் நமக்கு ஏற்படும் நன்மைகள் ஏராளம் என்பதை முதலில் புரிந்து கொள்ள வேண்டும்.

நாம் சுவாசிக்கும் காற்றில் 21 சதவீதம் ஆக்ஸிஜன் உள்ளது. இதை மட்டுமே நுரையீரல்கள் பயன்படுத்தி நம்மை இயங்க செய்கின்றன. காற்-றில் ஆக்ஸிஜன் அளவு சீராக இருக்க காடுகளே காரணம். தாவ-ரங்கள் காற்றில் உள்ள நச்சு வாயுவான கார்பனை ஆக்ஸைடை உட்கொண்டு சுத்தமான ஆக்ஸிஜனை வெளியேற்றுகின்றன. காற்றில் கார்பனை ஆக்ஸைடு 0.4 சதவீதம் மட்டுமே இருக்க வேண்டும். உலகில் 700 கோடி மக்கள் வெளியேற்றும் சுவாச காற்றிலும், 100

கோடி வாகனங்கள் வெளியேற்றும் புகையினாலும், உலகில் உள்ள 100 கோடி தொழிற்சாலைகளில் இருந்து வெளியேறும் புகையிலும் உள்ள கார்பன்டை ஆக்ஸைடை காடுகளே உள்வாங்கி வாயு மண்டலத்தை சுத்தப்படுத்துகின்றன. ஆனால் காடுகளை தொடர்ந்து அழிப்பதால் காற்றின் மாசு 400 பி.பி.எம்., ஆக அதிகரித்துள்ளது. நாம் முன்பு பள்ளியில் தரும் குடிநீரை பருகினோம். தற்போது நம் குழந்தைகள் பிளாஸ்டிக் பாட்டில்களில் நீரை எடுத்துச் செல்கின்றனர். காடுகள் இல்லையெனில் வரும் சந்ததியினர் பள்ளிகளுக்கு ஆக்ஸிஜன் சிலிண்டர்களை எடுத்துச் செல்லும் அபாயம் உருவாகி விடும்.

மாறுபடும் தட்ப வெப்பம்:

'கிரீன் ஹவுஸ் காஸ்' என அழைக்கப்படும் கரியமில வாயுக்கள் நம் பூமியின் தட்பவெப்ப நிலையை கட்டுப்படுத்துகின்றன. தொழிற்சாலைகளில் இருந்து வெளியேறும் புகை, நிலக்கரி எரிப்பதனால் ஏற்படும் மாசு, பிளாஸ்டிக் குப்பையை எரிப்பதால் உண்டாகும் மாசு போன்றவற்றால் கரியமில வாயுக்கள் உண்டாகின்றன. இந்த வாயுக்கள் பூமியை சூடேற்றுகின்றன. நாம் செயற்கையாக உருவாக்கும் கரியமில வாயுக்களினால் பூமியின் சீதோஷ்ணத்தில் பல மாற்றங்கள் ஏற்பட்டு வருகிறது. இந்த மாற்றம் காரணமாக உலகில் சராசரி வெப்பநிலை 2030 ல் 0.7 முதல் 2.2 பாரன்ஹீட் வரை அதிகரிக்கும் வாய்ப்பு உள்ளது.

தண்ணீர்... தண்ணீர்...:

காடுகள் இல்லையெனில் ஆறுகள் இல்லை. தென்னிந்தியாவில் உள்ள அனைத்து நதிகளும் மேற்கு தொடர்ச்சி மலையில் உள்ள காடுகளில் உருவாகின்றன. மேற்கு தொடர்ச்சி மலை உச்சியில் இருக்கும் புல்லும், சோலை காடுகளும், பொழியும் மழைநீரை தேக்கி வைத்து சிறிது சிறிதாக வெளியேற்றுகின்றன. இதன் மூலமே நதிகள் உருவாகின்றன. இக்காடுகள் அழிந்தால் நதிகள் வறண்டு விடும்.. மழை நேரடியாக தரையில் பெய்தால், மண் அரிப்பு ஏற்பட்டு மண்வளம் அழிந்து விடும். ஆனால் காடுகளில் மழை பெய்யும் போது மண் அரிப்பு ஏற்படாமல், காடு மழைநீரை உள்வாங்கி சேமிக்கிறது. சேமிக்கும் நீரில் ஒரு பகுதியை பூமிக்குள் அனுப்பி, நிலத்தடி நீர் வளத்தையும் பாதுகாக்கிறது. ஆக மண்வளம், நதிகள் பாதுகாப்பு, நிலத்தடி நீர் பாதுகாப்பில் காடுகள் முக்கிய பங்காற்றுகின்றன.

மருத்துவத்தில் காடுகளின் பங்கு:

புற்றுநோய் எதிர்ப்பு சக்தி உள்ள தாவரங்கள் 70 சதவீதம் காடுக-ளில் மட்டுமே உள்ளன. இன்று இந்த நோய் பாதித்த 80 சதவீத குழந்-தைகள் காப்பாற்றப்பட்டு வருகின்றன. மடகாஸ்கர் காடுகளில் உள்ள 'பெரிவென்டிலா' என்னும் பூவில் இருந்து எடுக்கப்படும் 'வின்கிரிஸ்டின்' என்ற மருந்தே இதற்கு முக்கிய காரணம். ஆஸ்துமா நோய்க்கு பயன்-படுத்தும் தியோபைலின் என்னும் மருந்தும் தியோலோரோமோ சாக்கோ என்னும் தாவரத்தில் இருந்து எடுக்கப்படுகிறது. எம்.ஆர்.எஸ்.ஏ., கிரு-மிக்கு எதிர் உயிரியாக பயன்படுத்தும் மைத்திலின் ஆன்டிபயாடிக், ஊசி-யிலை காடுகளில் வளரும் 'ரெட்கிடார்' எனப்படும் தாவரத்தில் இருந்து தயாரிக்கப்படுகிறது. ரத்தக்கொதிப்பை கட்டுப்படுத்தும் முக்கிய மருந்தான 'கேப்டோபிரல்', விரியன்பாம்பு விஷத்தில் இருந்து தயாரிக்கப்படுகிறது. யு.எஸ்., நேஷனல் கேன்சர் இன்ஸ்டிடியூட் அறிஞர்கள், 1987ல் மலேசி-யாவில் போர்னியோ எனும் மலைப்பகுதியில் வளர்ந்த "காலோபைலம்" மரத்தில் புற்றுநோயை குணப்படுத்தும் மருந்து இருப்பதை கண்டுபிடித்-தனர். அடுத்த ஆய்வு தொடர்வதற்குள் அந்த மரத்தை அழித்துவிட்-டனர். தற்போது அந்த மரம் சிங்கப்பூரில் உள்ளது. அங்கு ஆராய்ச்சி நடத்தி வருகின்றனர்.

இவ்வளவு நன்மை தரக்கூடிய காடுகள் ஒவ்வொரு ஆண்டும் 3 கோடி ஏக்கர் அளவிற்கு அழிக்கப்பட்டு வருகிறது. தினமும் 36 கால்-பந்து மைதானம் அளவிற்கு காடுகள் அழிக்கப்படுகின்றன. ஒரு கால்-பந்து மைதானம் 60 ஆயிரம் சதுர அடி பரப்பளவு கொண்டது. மனித-குலம் வாழ வேண்டுமானால்,

நம் சந்ததியினர் வாழ வேண்டுமானால் காடுகளும், இயற்கையும் வாழ வேண்டும். இன்று உலக வனநாள்; இன்று காடுகளை உருவாக்-கவும், இருக்கும் காடுகளை பாதுகாக்கவும் உறுதி எடுப்போம். காடுகள் நமது சொத்து மட்டுமல்ல; நம் சந்ததிகளை காப்பாற்றும் கட காடுகளின் பயன்கள்

ஒரு நாட்டின் முன்னேற்றத்திற்கும், மேம்பாட்டிற்கும் வனவளம் மிக-வும் முக்கியமானதாகும். மரங்கள் நம் வாழ்வோடும் மதத்தோடும், கலாச்-சாரத்தோடும் இணைந்துள்ளன. காங்கோ மற்றும் அமேசான் போன்ற வெப்ப மண்டலக் காடுகளில் மழை அதிகமாகப் பெய்யக் காரணம் அங்கு மரங்கள் நிறைந்திருப்பது தான். இன்று பெருமளவில் வனங்கள் அழிக்கப்பட்டு விளைநிலங்களாக மாற்றப்பட்டுவிட்டால் பருவமழை

தவற ஆரம்பித்துவிட்டது. நம் நாட்டிலுள்ள தார், சஹாரா போன்ற பாலைவனங்கள் காடுகள் அழிந்ததால் ஏற்பட்டவை.......என்று கருதப்படுகின்றது. காடுகள் பொதுவாக இரண்டுவிதப் பணிகளைச் செய்து வருகின்றன. நமக்குத் தேவையான பல அத்தியாவசியமான பொருட்களைக் கொடுத்து வருகின்றன. நாம் ஆரோக்கியமான வாழ நமது சுற்றுப்புறச் சூழ்நிலையைப் பாதுகாத்து வருகின்றன

காடுகள் அழிக்கப்படுவதால் இயற்கையாகவே தட்பவெப்ப நிலைகள் மாறுகின்றன. சமீபத்தில் ராஜாமலைப் பகுதியில் ஏற்பட்ட காட்டுத் தீயால் 700 ஏக்கர் புல் மேடுகள் எரிந்து நாசமாகிவிட்டது. காட்டுத் தீயால் பல அரிய வகை தாவரங்களும் பூச் செடிகளும், அரிய விலங்குகளும் அழிகின்றன. மலைகள் மீது பச்சைக் கம்பளத்தைப் போர்த்தியது போன்ற உயர்வகைப் புல்வெளிகள் கருகுகின்றன.

இதனால் பல கோடிக்கணக்கான விலையுள்ள மரங்கள் அழிவதுடன் நுண்ணுயிர்களும், வண்ணத்துப் பூச்சிகளும் பல விலங்குகளும் அழிகின்றன.

காடுகள் அழிக்கப்படுவதால் நேரடியாக பாதிக்கப்படுவது விலங்குகளே. காட்டில் நீர் இல்லாத சூழல் உண்டாவதால் நீரைத் தேடி வந்த யானைக் கூட்டம் தர்மபுரி அருகே தொடர் வண்டியில் அடிபட்டு இறந்ததாக சமீபத்திய ஊடகங்கள் தெரிவிக்கின்றன. காடுகள் அழிக்கப்படுவது குடிநீர் பஞ்சத்தை உருவாக்கி விட்டது. இச் சூழலில் குடிநீரைத் தேடிவரும் விலங்குகள் மனித வாழ்க்கைக்கும் இடையூறு செய்கின்றன.

மரங்களை வெட்டி விற்பவர்கள் அனைவரும் காட்டுக்கு எதிரிகள் ஆவர். இந்தியா அளவில் 41000 எக்டேர் காடுகள் அழிக்கப்படுவதாகவும், மேகாலயாவில் 28000 எக்டேர் காடுகள் அழிக்கப்படுவதாகவும் தகவல்கள் தெரிவிக்கின்றன. இதுபோன்ற மலைப்பிரதேச காடுகள் அழிக்கப்படுவதால் குளிர்ச்சியான சூழல் கெட்டு மழை பொய்க்கிறது. இதை யாரும் பெரிதாக எடுத்துக் கொண்டதாய் தெரியவில்லை.

காடும் வயல்வெளியும் ஒன்றுக்கொன்று நெருங்கிய தொடர்புடையன. வயல்வெளிகளில் உள்ள பழ மரங்களும் காய்கறிகளும் இதர பயிர்களும் தானியப் பயிர்களும் காடுகளில் இருந்து செல்லும் பூச்சிகள், பறவைகள், வெளவால்கள் போன்றவைகளால் ஈர்க்கப்பட்டு மகரந்தச் சேர்க்கை முறையில் வயல்களில் உள்ள பயிர்களின் உற்பத்தியை அதிகரிக்க உதவுகின்றன. இந்த உற்பத்தி காடுகள் அழிக்கப்பட்டுவதால் பாதிக்கப்-

படும்.

மலைப் பகுதிகளில் சாலை மற்றும் தொடர்வண்டிப் பாதைகள் அமைக்கும் பணி தொடங்கும்போது அப்பகுதியில் உள்ள காடுகள் அழிக்கப்படுகின்றன. மலைகள் வெடிவைத்து தகர்க்கும்போது நிலச் சரிவு ஏற்படுகிறது. இதனால் மண் அரிப்பும் ஏற்படுகிறது.

அணைகள் கட்டுதல், கால்வாய்கள் அமைத்தல், நீர்த் தேக்கங்கள் அமைத்தல் மற்றும் நீர் மின் திட்டங்கள் ஆகியவற்றிற்குப் பெரும் காட்-டுப் பகுதிகள் அழிக்கப்படுகின்றன. நிறைய காடுகள் நீரில் மூழ்கடிக்-கப்படுகின்றன. இதனால் அங்கு பாரம்பரியமாக வாழ்ந்து வரும் மக்-கள் இடம்பெயர நேரிடுகிறது. இதனால் நிலநடுக்கங்கள் ஏற்படுகின்றன. மனித உயிர்களும், கால்நடைகளும், வீடுகளும் சேதமடையக் காரண-மாக இவை இருக்கின்றன. காடுகளின் பாதுகாவலர்களான பழங்குடியி-னர் இடம் பெயர வேண்டிய சூழ்நிலையும் உருவாகிறது.

மலைப் பிரதேசங்களில் உள்ள சுரங்கங்களில் இருந்து வெளியேறும் கழிவுப் பொருட்களால் காடுகளில் உள்ள தாவரங்கள் பாதிக்கப்படு-கின்றன. கால்நடைகள் அதிக அளவில் தாவரங்கள் உண்பதால் காடு-கள் அழிகின்றன. தொழிற்சாலைத் தளவாடப் பொருட்களுக்காகவும், விறகுகளுக்காகவும் மரங்கள் பயன்படுத்தப்படுவதால் காடுகள் அழி-கின்றன. இயற்கையாகவும் மனிதர்களாலும் உருவாக்கப்படும் காட்டுத் தீ போன்றவற்றால் பல ஆண்டுகள் வளர்ந்து செழித்திருந்த மரங்கள் அழி-கின்றன. காடுகள் அழிவதால், கோடைகாலம் அதிக வெப்பமாகவும், குளிர்காலம் அதிக குளிராகவும் மழை அளவு குறைந்தும் காலநிலை மாற்றங்கள் ஏற்படக் காரணமாகிறது.

காடுகளின் வகைகள் :

மலையகக் காடுகள்

சிறிய புதர் வகைகள், ஏறு கொடிகள் மற்றும் படரும் கொடி வகை-களும் சின்கோனா, வேட்டில் போன்ற மரங்கள் அதிகம் காணப்படும் காணப்படும் . இந்த வகை காடுகள் இருக்கும் இடம் மலைச்சரிவாகவும் அதிக மழைப்பொழிவு உள்ள இடங்களை உள்ளது . எடுத்துக்காட்டு — தமிழகத்தின் நீலகிரி மற்றும் ஆனைமலை இடங்கள் .

சதுப்புநிலக் காடுகள்

இந்த ஓதக்காடுகள், மாரோவேங்கு காடுகள் அதிக உப்பளவு நீர் கொண்ட கடலுக்கு மிகஅருகில் அல்லது ஆற்று முகத்துவார பகுதி-

களில் காணப்படும்.இந்த நிலத்தில் ரைசோபோரா என்ற தாவரக்குடும்-
பத்தை சேர்ந்த மரங்களும், புதர்வகைகளும் காணப்படுகின்றன.பிச்சாவ-
ரம் ,கோடியக்கரையில் பல சதுர கிலோ மீட்டர் பரப்பில் உள்ளது .

முட்புதர் காடுகள்

இந்த முட்புதர் காடுகளில் பனை, பல வகையான முட்கள் கொண்ட
கள்ளி செடிகள்ஆழமான வேருடன் காணப்படும்.இந்தவகைநிலம்பொ-
துவாகவயநாடுகாணப்படும்.இதில் வளரவும் அனைத்து தாவரங்களும்
சதைபற்றுடன் கொண்ட இலைகளை கொண்டு இருக்கும்.

வெப்ப மண்டல அகன்ற இலைக் காடுகள்

குட்டையான, உயரமான, மென்மையான மற்றும் கடினமான மரங்-
கள் காணப்படுகின்றன. சால், சந்தனம், தேக்கு, மூங்கில், படாக் போன்ற
மரவகைகள் காணப்படும்.இந்தவகைகாடுகள் பருவக்காற்றுக் காடுகள்
என்றும் இலையுதிர் காடுகள்அழைக்கப்படுகிறது .

வெப்ப மண்டல பசுமை மாறாக் காடுகள்

பசுமையான இலைகளை உடைய மரங்களை கொண்ட வருடம்
முழுவதும் செழிப்பாகக் காணப்படுகின்றன. இந்த வகை காடுகளில்
காணப்படும் மிகவும் உயர்ந்து வளரும் (50 மீட்டர் உயரம் வரை
வளரும்.)எபோனி, தேக்கு, செம்மரம், கருங்காலி போன்ற மரங்கள்
எப்பொழுதும் இலைகளை உதிர்க்காமல் எப்பொழுதும் பசுமையான
இலைகளைப் பெற்று இருக்கும் . இந்த வகை காடுகள் அதிக வெப்பத்-
தையும் அதே நேரம் அதிக மழைப்பொழிவையும் பெறுகின்றன .வெப்-
பம் 25- 32 டிகிரி செல்சியசுக்கு , மழையளவு ஆண்டிற்கு 200- 250
செமீக்கு கிடைக்கிறது

ஒரு நாட்டின் முன்னேற்றத்திற்கும், மேம்பாட்டிற்கும் வனவளம் மிக-
வும் முக்கியமானதாகும். மரங்கள் நம் வாழ்வோடும் மதத்தோடும், கலாச்-
சாரத்தோடும் இணைந்துள்ளன. காங்கோ மற்றும் அமேசான் போன்ற
வெப்ப மண்டலக் காடுகளில் மழை அதிகமாகப் பெய்யக் காரணம்
அங்கு மரங்கள் நிறைந்திருப்பது தான். இன்று பெருமளவில் வனங்கள்
அழிக்கப்பட்டு விளைநிலங்களாக மாற்றப்பட்டுவிட்டால் பருவமழை
தவற ஆரம்பித்துவிட்டது. நம் நாட்டிலுள்ள தார், சஹாரா போன்ற
பாலைவனங்கள் காடுகள் அழிந்ததால் ஏற்பட்டவைஎன்று கருதப்படு-
கின்றது.

காடுகள் பொதுவாக இரண்டுவிதப் பணிகளைச் செய்து வருகின்றன. நமக்குத் தேவையான பல அத்தியாவசியமான பொருட்களைக் கொடுத்து வருகின்றன. நாம் ஆரோக்கியமான வாழ நமது சுற்றுப்புறச் சூழ்நிலையைப் பாதுகாத்து வருகின்றன.

காடுகள்,தரும்,,,,,,பொருட்கள்

உபயோகப்படுத்தப்படும் எரிபொருள் சக்தி பலவற்றில் நகர்ப்புறத்தில் 50 சதமும், கிராமப்புறத்தில் 70 சதமும் பயன்படுத்தப்படுகிறது. இந்த விறகில் பெரும்பகுதி விறகு காடுகளிலிருந்தே வருகிறது.

நம் நாட்டிலுள்ள சுமார் 4 கோடி ஆதிவாசிகளில் பாதிப்பேர் தங்கள் உணவுக்காக காடுகளையே நம்பியுள்ளனர். இலுப்பை போன்ற சுமார் 100 வகை மரங்கள் இவர்களது உணவுத் தேவையை ஏதேனும் ஒரு வடிவத்தில் பூர்த்தி செய்து வருகின்றன.

நமது நாட்டிலுள்ள கால்நடைகளில் ஏறத்தாழ ஆறில் ஒரு பங்கு விலங்குகள் தீவனத்திற்குக் காடுகளையே முழுவதும்...... நம்பியுள்ளன.

காகிதம், ரப்பர், தீக்குச்சி, விளையாட்டுக் கருவிகள், பொம்மைகள் போன்றவை தயாரிக்கும் தொழிற்சாலைகள் தங்கள் மூலப்பொருட்களுக்குக் காடுகளையே நம்பியுள்ளன.

பஞ்சு இலவம் மரம், வாசனை எண்ணெய்கள் (சந்தன மரம்), தைல எண்ணெய், சோப்பு தயாரிக்க உதவும் எண்ணெய்கள் (வேம்பு, புங்கம் மற்றும் இலுப்பை), தோல்பதனிட உதவும் டானின், கோந்து, பீடி இலைகள் போன்ற பல உபயோகமான பொருட்களையும காடுகள் தருகின்றன.

இயற்கை.............வேளாண்மை

நமது நாட்டின் முதுகெலும்பாக கருதப்படுகிறது. வேளாண்மை இடுபொருட்களை மிகக் குறைவாக இடப்பட்டதால் வேளாண்மை உற்பத்தியும் மிகக் குறைவாகவே காணப்பட்டது. இதன் விளைவாக பசுமைப் புரட்சி 1966ம் ஆண்டு கொண்டு வரப்பட்டது. இப்பசுமை புரட்சியின் நோக்கம் வேளாண் விளைப் பொருட்களின் உற்பத்தியை அதிகப்படுத்துவதே

ஆகும். இதன் பொருட்டு இரசாயன உரங்கள் மற்றும் வீரிய ஒட்டு ரக விதைகள் மூலம் வேளாண் உற்பத்தியை அதிகப்படுத்தினர். இதன் விளைவாக 1990ம் ஆண்டு முதல் மண் வளமும், இயற்கை வளமும் பெரிதும் பாதிப்புக்குஉள்ளானது.

இயற்கைவேளாண்மை

நம் மண் வளத்தையும், இயற்கை வளத்தையும் பேணிக்காக்கும் பொருட்டு இயற்கை வேளாண்மையை மேற்கொள்வது காலத்தின் கட்-டாயம் ஆகும். இந்த இயற்கை வளங்களில் நமது எதிர்கால சந்ததியி-னருக்கும் பங்கு மற்றும் உரிமை உண்டு.

அதற்கேற்ப இயற்கை வேளாண்மையினை கடைபிடிப்பது குறித்து தற்போது விவசாயிகளுக்கு பயிற்சிகள அளிக்கப்பட்டு வருகின்றன.

இயற்கை வேளாண்மையில் தரமான விதை மற்றும் ஒருங்கிணைந்த பண்ணை மேலாண்மையை கடைபிடிப்பதன் மூலம் வேளாண் உற்பத்-தியை போதுமான அளவு அதிகரிக்கமுடியும்.

இயற்கை வேளாண்மையில் இயற்கை உரங்களான மண்புழு உரம், கால்நடை எருக்கள் மற்றும் பசுந்தாள் உரங்கள் பயன்படுத்துவதால் இரசாயன உரங்களின் பயன்பாடு குறைக்கப்படுகிறது. இதன் மூலம் இயற்கை வளம் பெரிதும் பாதுகாக்கப்படுகிறது.

இயற்கை வேளாண்மையில் இரசாயன உரங்களின் பயன்பட்டு மிகக் குறைவு. ஆகையால் இயற்கை வேளாண்மையில் உருவாக்கப்படும் பொருட்கள் மிகவும் தரம் வாய்ந்ததாக இருக்கும்.

கால்நடை உரங்கள், மரத்தடியில் இருக்கும் உதிர்ந்த இலைகள், மட்கிய குப்பைகள் ஆகியவற்றை சரியான முறையில் சேகரித்து உபயோகித்தால் அனைத்து விவசாயிக்கும் செவ்வனே பயிர் செய்யும் வகையில் இயற்கை உரங்கள் வழங்க முடியும்.

இயற்கை வேளாண்மைக்கு
   பொருத்தமான பயிர்கள் ......

நெல், கோதுமை, மக்காச்சோளம், பருப்பு வகைகள், கடலை, ஆமணக்கு, கடுகு, எள், பருத்தி, கரும்பு, இஞ்சி, மஞ்சள், மிளகாய், தேயிலை, வாழை, சப்போட்டா, பப்பாளி, தக்காளி, கத்தரி, வெள்ளரி போன்ற பயிர்கள் இயற்கை வேளாண்மைக்கு பொருத்தமானவை.

இயற்கை வேளாண்மையில் உருவாக்கப்படும் விளைபொருட்கள் அதிக சத்துள்ளதாகவும், தரம் வாய்ந்தவையாகவும் இருக்கின்றன. இவ்விளைப் பொருட்களின் மதிப்பை உயர்த்தும் பொருட்டும், அதன் தரத்தை வேறு-படுத்தி காட்டுவதற்காகவும் இவ்விளைப் பொருட்கள் யாவும் பசுமை அங்காடி மூலம் விற்கப்படுகின்றன.

வனங்கள் மற்றும் வன உயிரிகள் பாதுகாத்தல்

நோக்கம்

மக்களுக்கு முடிந்த அளவு அதிக காலத்திற்கு இயற்கை அல்லது சூழ்-நிலை நடுநிலை பாதிக்காத வண்ணம் நன்மைகளை கிடைக்கச் செய்-யுமாறு வளங்களை மேலாண்மை செய்வது என்பது பாதுகாத்தலுக்கான வரையறையாகும். இயற்கை வாழிடத்தில் காணப்படும் வீட்டில் பழக்கப்-படுத்தப்படாத மற்றும் வளர்க்கப்படாத உயிர்கள் வனஉயிர்களாகும்.

பாதுகாப்பிற்கான தேவை

வனஉயிர்கள் என்பவை பேணிப் பாதுகாக்க வேண்டிய சொத்தாகும். ஏனென்றால் அவை மனமகிழ்வு சூழ்நிலை, கல்வி, வரலாறு மற்றும் அறிவியல் அடிப்படையில் மதிப்புமிக்கதாகும். சூழ்நிலை சமநிலைக்கு வனஉயிரிகள் அவசியம். சுற்றுலாவிற்கு வனஉயிரிகளால் பெரிய முன்-

நேற்றம் ஏற்படும். ஏராளமான தாவரங்கள் மருத்துவ குணங்கள் மிக்க பொருட்களை அளிக்கின்றன. மரபுப் பொறியியலுக்குப் பயன்படும் மரபுப் பொருளுக்கான முக்கிய ஆதாரமாக வன உயிரிகள் விளங்குகின்றன. இந்தியா மித வெப்பநாடாக உள்ளதால், நாட்டின் பல பகுதிகளிலும் தாவரங்கள் வளர்ச்சிக்கு இவ்வெப்பம் உகந்ததாக உள்ளது.

காடுகளின் வகைகள்

பாலைவனம் வறண்ட காடுகள் இராஜஸ்தான், பஞ்சாப் மற்றும் அரியா-னாவின் தென்பகுதிகள்

இலையுதிர் காடுகள்

பசுமைமாறாக் காடுகள் - வெப்பமண்டல பசுமைமாறாக் காடுகள் : மேற்குத் தொடர்ச்சி மலைகள், இந்தியாவின் வடகிழக்கு மலைப்பகுதி-கள், இமயமலை அடிவாரம்

மலைக்காடுகள் - இமயமலை

அலையிடைக்காடுகள் - கங்கா மற்றும் மகாநதி கழிமுகப்பகுதிகள்

நான்

வாசகர்ளால் நான்
வாசகர்களுக்காக நான்

முற்போக்கு எழுத்தாளர் வி.எஸ்.ரோமா – கோயம்புத்தூர்
+91 82480 94200
20 புத்தகங்கள் எழுதியுள்ளேன்
விருதுகள் பல பெற்றுள்ளேன்.
கதை , கவிதை, கட்டுரை, நாவல் பொன்மொழி, நாடகம்
எழுதுவேன்.

என்
எழுத்து
என் மூச்சுள்ள வரை
என் வாசிப்பே
என் சுவாசிப்பு
என்றும்

எழுதிக் கொண்டிருக்க வே
என் ஆசை

நான் திருமணமே செய்து கொள்ளாத பெண்மணி என்பதில்
எனக்கு மகிழ்வே.

என் எழுத்துக்கு முழு ஒத்துழைப்பு கொடுப்பவர்கள் என்
பெற்றோர்களே.

தந்தை
கா சுப்ரமணியன் _ தாசில்தார் - ஓய்வு

தாய்.
சு. கிருஷ்ணவேணி

என் பெற்றோர்களே
என்
எழுத்துக்கும்
எனக்கும் முழு ஒத்துழைப்பு தருகின்றவர்கள் என்பதில்
எனக்கு மகிழ்ச்சியே.

நான் ரோமா ரேடியோ
என்ற பெயரில் எஃப் எம் ஆரம்பித்துள்ளேன்.

என்
எழுத்து
என் ரோமா வானொலி மூலம்
எங்கும் ஒலிக்க
எட்டு திக்கும் ஒலிக்க
என் ஆவல்.

பெண்களை
பெரிதாக நினைத்துப்

பெரும் மகிழ்ச்சியடைந்து
பெருமைப் படுத்த வேண்டும்.

முற்போக்கு எழுத்தாளர்
வி.எஸ். ரோமா
Roma Radio
கோயம்புத்தூர்
+91 82480 94200